Quyền Năng Kỳ Diệu Của Lời Chúc Phước

Richard Brunton

Quyển Năng Kỳ Diệu Của Lời Chúc Phước
Published by Richard Brunton Ministries
New Zealand

© 2019 & 2025 Richard Brunton

ISBN 978-0-473-74357-4 (Softcover)
ISBN 978-0-473-74358-1 (ePUB)
ISBN 978-0-473-74359-8 (Kindle)
ISBN 978-0-473-74360-4 (PDF)

Editing:
Special thanks to
Joanne Wiklund and Andrew Killick
for making the story more readable
than it might otherwise have been!

Translation:
Doris Ong

Production & Typesetting:
Andrew Killick
Castle Publishing Services
www.castlepublishing.co.nz

Cover Design:
Paul Smith

ALL RIGHTS RESERVED

No part of this publication may be reproduced,
stored in a retrieval system, or transmitted
in any form or by any means, electronic, mechanical,
photocopying, recording or otherwise,
without prior written permission from the publisher.

MỤC LỤC

Lời Tựa	5
Lời Giới Thiệu	9

Phần Một: Tại Sao Phải Chúc Phước? — 13

Thấu Hiểu	15
Sức Mạnh Của Lời Nói	19
Từ Lời Tích Cực Đến Lời Chúc Phước	22
Phước Lành Của Người Tin Chúa Là Gì?	24
Uy Quyền Thuộc Linh Của Chúng Ta	27

Phần Hai: Làm Thế Nào? — 35

Một Vài Nguyên Tắc Quan Trọng	37
Giữ Gìn Môi Miệng Thanh Sạch	37
Xin Chúa Thánh Linh Hướng Dẫn Điều Phải Nói	37
Chúc Phước Khác Với Cầu Thay	38
Đừng Đoán Xét	39
Ví Dụ Minh Hoạ	40
Những Tình Huống Ta Có Thể Gặp	42
Chúc Phước Cho Người Nói Xấu Hoặc Rủa Sả Bạn	42

Chúc Phước Cho Người Làm Tổn Thương Hoặc Khước Từ Bạn	43
Chúc Phước Cho Những Người Chọc Tức Bạn	46
Chúc Phước, Thay Vì Tự Rủa Sả Chính Mình	50
Nhận Diện Và Bẻ Gãy Rủa Sả	50
Chúc Phước Cho Môi Miệng	52
Chúc Phước Cho Tâm Trí	54
Chúc Phước Cho Thân Thể	55
Chúc Phước cho Gia Đình, Hôn Nhân, và Con Cái	60
Lời Chúc Phước của Người Cha	68
Chúc Phước Bằng Cách Công Bố Lời Tiên Tri	74
Chúc Phước Cho Nơi Làm Việc	74
Chúc Phước Cho Cộng Đồng	77
Chúc Phước Cho Đất Đai	79
Chúc Phước Cho Chúa	81
Lời Cuối Từ Độc Giả	82
Lời Cuối Từ Tác Giả	82
Áp Dụng	84
Làm Thế Nào Để Trở Nên Một Cơ Đốc Nhân?	86

LỜI TỰA

Hãy đọc quyển sách nhỏ này cùng với thông điệp mạnh mẽ bên trong – bạn sẽ được biến đổi!

Một buổi sáng nọ, tôi và Richard Brunton đang ăn sáng cùng nhau thì ông ấy kể cho tôi nghe về quyền năng của lời chúc phước mà Chúa bày tỏ cho ông. Ngay lập tức tôi nhìn thấy tiềm năng lớn lao mà thông điệp này có thể đem lại cho nhiều người.

Tôi quay phim thông điệp của Richard lại để chiếu cho kỳ trại nam giới tại Hội thánh. Những người nam nhận thấy đây là thông điệp quá tuyệt vời, họ muốn cả Hội thánh cũng được nghe. Sau đó chúng tôi được nghe những lời chứng rất tuyệt vời từ những người đã áp dụng điều họ được học. Một doanh nhân làm chứng lại, công việc kinh doanh của ông từ "tay trắng" đã trở nên "có lợi nhuận" chỉ trong hai tuần. Có những người được chữa lành về thể chất khi bắt đầu chúc phước cho cơ thể mình.

Cơ hội bắt đầu được mở ra để người ta nghe về thông điệp này. Tôi có cơ hội giảng tại Kỳ Bồi Linh dành cho các mục sư ở Kenya và Uganda. Richard đi cùng tôi và dùng cả một buổi để nói về lời chúc phước. Thông điệp đem lại sự bức phá cho những người bị đau khổ và trống rỗng suốt nhiều năm. Hầu hết họ là những người chưa bao giờ được nhận lời chúc phước từ cha mình. Khi Richard đứng lên với vai trò người cha để chúc phước, nhiều người khóc và trải nghiệm sự tự do trong cảm xúc lẫn thuộc linh cùng với sự thay đổi ngay lập tức trong đời sống của họ.

Biết cách chúc phước đã tác động đến chính tôi, tôi thường tìm dịp để chúc phước cho người khác bằng "lời nói và việc làm." Bạn sẽ thích thú với quyển sách nhỏ này, và nếu áp dụng vào đời sống, bạn sẽ nhìn thấy bông trái của mình được nẩy nở và dư dật cho vương quốc Đức Chúa Trời.

Geoff Wiklund
Mục vụ Geoff Wiklund
Cựu Chủ Tịch, Tổ chức Promise Keepers
Auckland, New Zealand

Chúa đã ban phước cho Richard với sự mặc khải về quyền năng của lời chúc phước khi công bố cho người khác. Tôi tin đây là sự mặc khải của Chúa dành cho thời đại của chúng ta.

Richard sống đúng theo điều ông dạy, và người ta cảm nhận được chân thật nơi ông. Tôi mời Richard đến phát biểu tại sự kiện Promise Keepers (Những Người Giữ Lời Hứa) dành cho nam. Điều Richard chia sẻ đã ảnh hưởng mạnh mẽ đến nhiều người và làm thay đổi cuộc đời họ.

"Lời chúc phước" là chủ đề chạm đến trái tim của nhiều người trong kỳ trại này, họ nắm lấy nó. Họ hưởng ứng tích cực khi nghe sứ điệp quan trọng về phước hạnh, lời chúc phước, và "lời nói tích cực." Sau khi nghe Richard giảng và đọc sách của ông, nhiều người được trang bị để chúc phước cho người khác trong danh Đức Chúa Cha, Đức Chúa Con, và Đức Thánh Linh.

Tôi khuyến khích bạn đọc quyển *Quyền Năng Kỳ Diệu Của Lời Chúc Phước*, đây là cách để khai phóng trọn vẹn phước lành của Chúa trên gia đình, cộng đồng, và đất nước của chúng ta.

Paul Subritzky
Cựu Giám Đốc Quốc Gia, tổ chức Promise Keepers
Auckland, New Zealand

LỜI GIỚI THIỆU

Ai cũng thích nghe những tin tức nóng hổi – và còn tuyệt hơn nữa khi được kể lại chúng.

Khi phát hiện ra giá trị của lời chúc phước, tôi thấy mình như người tìm được kho báu được giấu trong đám ruộng mà Kinh Thánh đã kể lại. Tôi hào hứng kể cho mục sư Geoff Wiklund. Ông ấy đề nghị tôi chia sẻ điều này cho ban nam giới của Hội thánh ông vào kỳ trại tháng hai năm 2015. Sau khi nghe, họ ấn tượng đến nỗi muốn cả Hội thánh cũng được nghe.

Khi đến giảng tại đó, thật tình cờ có mục sư Brian France thuộc mục vụ Charisma Christian, và mục sư Paul Subritzky, thuộc tổ chức Promise Keepers (Những Người Giữ Lời Hứa) – New Zealand. Thế là tôi tiếp tục được mời đến giảng tại Hội thánh Charisma, tại New Zealand và Fiji, cùng với ban nam giới của tổ chức Promise Keepers. Nhiều người sau khi nghe đã áp dụng ngay, và họ nhận được những kết quả tuyệt vời. Có người còn nói họ chưa bao giờ được nghe sự dạy dỗ này.

Thông điệp về lời chúc phước cứ lớn dần lên. Cuối năm 2015, tôi cùng mục sư Geoff đến Kenya và Uganda. Đây là sự kiện được tổ chức hàng năm để khích lệ và truyền cảm hứng cho các lãnh đạo. Geoff đã giảng cho hàng trăm mục sư tại đây. Ông ấy cảm thấy thông điệp của tôi về phước lành có thể sẽ giúp ích cho những mục sư này. Và đúng là vậy. Không chỉ những người tại Châu Phi, mà cả những diễn giả đến từ Mỹ cũng cảm nhận được sức mạnh của lời chúc phước. Họ khuyến khích tôi làm điều gì đó để đem nó đến với nhiều người hơn.

Tôi không muốn xây dựng và duy trì một website, cũng không muốn viết một quyển dài vì đã có những quyển rất hay nói về chủ đề này rồi. Thông điệp về lời chúc phước rất đơn giản, dễ làm, tôi không muốn phức tạp hoá nó lên – thế là quyển sách nhỏ này ra đời.

Trong sách, tôi có trích dẫn một số ý từ quyển *Năng Quyền Của Lời Chúc Phước* được viết bởi Kerry

Kirkwood, *Ân Điển Đổ Đầy: Trở Thành Những Người của Phước Hạnh* được viết bởi Roy Godwin và Dave Roberts, và *Lời Chúc Phước của Người Cha* bởi Maurice Berquist. Tôi học được nhiều điều từ nhiều người và nhiều sách, qua năm tháng, tất cả những điều này đã hoà quyện lại với nhau.

Khám phá được sức mạnh của lời chúc phước sẽ mở ra cách sống hoàn toàn khác cho những ai làm theo. Hầu như ngày nào tôi cũng chúc phước – cho người tin Chúa lẫn người không tin Chúa – tại quán cà-phê, nhà hàng, khách sạn, phòng chờ, thậm chí khi đi trên đường. Tôi chúc phước cho trẻ mồ côi, nhân sự tại trại trẻ mồ côi, thú vật, ví tiền, doanh nghiệp, và tình trạng sức khoẻ. Tôi đã thấy những người nam người nữ trưởng thành khóc và ôm tôi, khi tôi công bố lời chúc phước của người cha cho họ.

Khi nói chuyện với những người không tin Chúa, tôi nhận thấy rằng câu: "Tôi có thể chúc phước cho bạn/ công việc/ hôn nhân của bạn không?" ít gây khó chịu hơn câu: "Tôi có thể cầu nguyện cho bạn được không?" Thật vậy, cách tiếp cận đơn giản này, cùng với lòng quan tâm yêu thương thật, đã dẫn một thành viên trong gia đình của tôi đến với tình yêu và quyền năng cứu rỗi của Chúa Giê-xu, hơn là nhiều năm tranh luận cùng họ.

Tôi thường không có cơ hội chứng kiến kết quả, nhưng tôi đã thấy đủ để biết rằng lời chúc phước làm thay đổi nhiều cuộc đời. Và chính điều đó cũng đã thay đổi cuộc đời tôi.

Bản chất của Chúa là ban phước, chúng ta là những tạo vật được được dựng nên theo hình ảnh của Ngài, vì vậy chúc phước nằm trong DNA thuộc linh của chúng ta. Đức Thánh Linh đang chờ đợi chúng ta bước ra trong đức tin và trong uy quyền để đem người khác về với Ngài, và làm biến đổi cuộc đời họ.

Tôi tin quyển sách này sẽ hữu ích cho bạn. Chúa Giê-xu không để chúng ta bất lực. Công bố lời chúc phước trong bất cứ tình huống nào là một món quà thuộc linh mà đôi khi bị quên sử dụng. Món quà này có tiềm năng làm thay đổi thế giới bạn đang sống.

Hãy tận hưởng.
Richard Brunton

PHẦN MỘT: Tại Sao Phải Chúc Phước?

THẤU HIỂU

Tôi và vợ là Nicole đến sống tại New Caledonian, việc này đồng nghĩa với chuyện chúng tôi phải học tiếng Pháp, chúng tôi dành nhiều thời gian ở tại nơi vợ tôi từng được sinh ra: Noumea. Dù New Caledonian là một quốc gia có số đông theo đạo Công Giáo, nhưng tôi để ý thấy nhiều người vẫn kết nối với "thế giới tối tăm" khi thực hành tôn giáo của mình. Đi cầu đồng, đến gặp nhà ngoại cảm hay thuật sĩ là chuyện khá phổ biến ở đây, người ta làm mà không biết mình đang liên hệ với tà thuật.

Tôi nhớ có lần vợ tôi dẫn tôi đến thăm một thiếu nữ đang trong độ tuổi hai mươi, cô được dẫn dắt đến cho những "người chữa lành," và cuối cùng phải vào viện tâm thần. Tôi biết cô gái này là người tin Chúa, vì vậy tôi ra lệnh cho các quỷ đã vào cô phải rời đi, trong danh Chúa Giê-xu. Một linh mục Công Giáo cũng cầu nguyện cho cô. Qua điều Chúa làm qua tôi và ông ấy, cô gái này được tự do và không lâu sau đã xuất viện.

Nhiều người tuyên xưng đức tin Công Giáo nhưng lại có những bức tượng và đồ thờ cúng trong nhà. Tôi gặp một người, ông ấy thường xuyên gặp vấn đề về bao tử. Tôi nói với ông rằng tôi tin ông cần bỏ bức tượng Phật đang chưng trước nhà, có vậy thì bệnh bao tử mới giảm. Thêm vào đó, cả những đồ thờ cúng ông sưu tập cũng cần phải bỏ đi. Ông ấy chống chế bảo những vật vô tri này làm sao mà gây bệnh được? Sau nhiều tháng, tôi gặp lại và hỏi thăm tình trạng bao tử của ông, ông ngại ngùng trả lời: "Cuối cùng tôi cũng nghe theo lời khuyên của anh và bỏ cái tượng Phật. Bao tử của tôi giờ ổn rồi."

Dịp khác, tôi đến thăm một người phụ nữ bị bệnh ung thư. Khi bắt đầu cầu nguyện, tôi đề nghị cô ấy bỏ những tượng Phật đặt dưới sảnh, nghe vậy chồng cô ấy liền bỏ ngay. Tôi bẻ gẫy sự rủa sả và ra lệnh cho các quỷ phải rời khỏi cô trong Danh Chúa Giê-xu. Cô ấy mô tả có một cảm giác lạnh như nước đá di chuyển từ chân lên đầu, và rời khỏi khỏi cô ấy ở phía đầu.

Nhìn thấy những điều này, tôi quyết định dạy về "sự rủa sả" trong nhóm cầu nguyện mà tôi và vợ thành lập, tại căn hộ ở Noumea. Tôi dựa vào sự dạy dỗ của Derek Prince (một giáo sư Kinh Thánh nổi tiếng vào thế kỷ 20). Khi đang soạn bài chia sẻ trong tiếng Pháp, tôi nhận ra tôi nhận ra từ "rủa sả" trong ngôn ngữ của họ là *"melédiction"* và "phước hạnh" là *"bénédiction"*. Nghĩa gốc của những từ này là "nói lời dữ" và "nói lời lành".

Trước đây, khi so sánh rủa sả và phước hạnh, tôi nghĩ đến rủa sả như là thứ gì đó đen tối, nặng nề, và nguy hiểm, còn phước hạnh thì nhẹ nhàng và sáng sủa. Tôi từng nghe sự dạy dỗ về rủa sả, nhưng chưa hề nghe về lời chúc phước – có lẽ điều đó đã ảnh hưởng đến cái nhìn của tôi. Tôi cũng chưa từng nghe một ai thật tâm công bố lời chúc phước cho người khác và đem đến những tác động thật. Cơ Đốc Nhân thường nói, "Chúa ban phước cho anh" như một câu xã giao, một thói quen hơn là điều gì đó có chủ ý.

Sau này khi suy ngẫm về từ "nói lời dữ" và "nói lời lành," tôi nhận ra nếu "nói lời dữ" có tác động lớn đến vậy, thì "nói lời lành" cũng mạnh tương tự, và với Chúa, nó còn có thể mạnh hơn.

Sự bày tỏ này, cùng với những hiểu biết khác mà tôi sẽ nhắc đến ở phần sau, khiến tôi bắt đầu hành trình khám phá năng quyền của lời chúc phước.

SỨC MẠNH CỦA LỜI NÓI

Tôi không muốn nhắc lại điều rất nhiều sách đã viết, về sức mạnh của lời nói, tôi chỉ muốn tóm tắt những lẽ thật mà tôi tin rằng rất quan trọng trong lãnh vực này.

Chúng ta biết rằng:

> *Sống chết do nơi quyền của lưỡi, Người yêu chuộng nó sẽ ăn bông trái của nó. (Châm Ngôn 18:21 VIE2010)*

Lời nói có sức mạnh vô cùng lớn lao, dù là lời tích cực để gây dựng hay tiêu cực để hủy hoại. Lời chúng ta nói (cả giọng điệu – là điều thêm ý nghĩa cho lời nói), hoặc đem đến sự sống, hoặc đem đến sự chết cho người nghe và cả chính chúng ta. Thêm nữa, chúng ta biết rằng:

> *Vì có đầy dẫy trong lòng thì miệng mới nói ra.*

Người tốt do tích lũy điều thiện nên sản sinh điều thiện; còn kẻ xấu do tích tụ điều ác nên sản sinh điều ác. (Ma-thi-ơ 12:34-35)

Như vậy, từ lòng chỉ trích ra lời chỉ trích; lòng tự xưng công bình ra lời xét đoán; lòng vô ơn ra lời phàn nàn; và nhiều điều tương tự. Lòng tham dục dục ra bông trái giống nó. Thế giới đầy dẫy những lời tiêu cực. Các phương tiện truyền thông phun lời này ra mỗi ngày. Theo lẽ tự nhiên, chúng ta thường không nói tốt về người khác hay về hoàn cảnh xung quanh. Nói tích cực thường không tự nhiên mà có trong ta. Chúng ta chờ cho đến khi người ta chết rồi mới nói điều tốt đẹp về họ. Tuy nhiên, "lòng chất chứa điều thiện" cùng với yêu thương sẽ nói ra lời có ân hậu, lòng bình an sẽ nói lời giảng hoà, và tương tự vậy.

Câu "Người yêu chuộng nó sẽ ăn bông trái của nó" nghĩa là chúng ta sẽ gặt điều mình gieo – dù đó là điều tốt hay xấu. Nói cách khác, bạn sẽ nhận lại điều mình nói. Bạn nghĩ bạn sẽ gặt những gì?

Nguyên tắc này đúng với tất cả mọi người, người tin Chúa lẫn người không tin. Cơ Đốc Nhân hay không phải Cơ Đốc Nhân đều có thể nói lời sự sống – ví dụ như một người nói với con của mình: "Con trai, mô hình này con xếp thật tuyệt. Sau này con sẽ trở thành một kiến trúc sư xuất sắc. Con giỏi lắm."

Những Cơ Đốc Nhân đã tái sinh được nhận một tấm lòng mới. Kinh Thánh gọi chúng ta là những "tạo vật mới" (II Cô-rinh-tô 5:17). Như vậy Cơ Đốc Nhân là người phải nói lời lành nhiều hơn lời dữ. Rất dễ để trở nên tiêu cực nếu không canh giữ tấm lòng và môi miệng của mình. Một khi bạn chú ý đến lời mình nói, bạn sẽ ngạc nhiên về số lần chúng ta – những Cơ Đốc Nhân – đã tự rủa sả chính mình một cách không hay biết. Tôi sẽ nói về điều này nhiều hơn ở những chương sau.

TỪ LỜI TÍCH CỰC ĐẾN LỜI CHÚC PHƯỚC: SỰ KÊU GỌI CỦA CHÚNG TA

Là Cơ Đốc Nhân, sự sống của Chúa Giê-xu tuôn chảy trong chúng ta, chúng ta có thể vượt hơn việc chỉ nói lời tích cực để đến chỗ nói lời chúc phước, đem đến sự ảnh hưởng trên hoàn cảnh và người xung quanh –Chúa cũng kêu gọi chúng ta làm điều này. Chúc phước là sự kêu gọi lớn dành cho chúng ta. Hãy đọc khúc Kinh Thánh sau:

Cuối cùng, tất cả anh em phải có tinh thần hiệp nhất, cảm thông, yêu mến anh em trong Chúa, có lòng nhân từ và tâm tình khiêm nhu. Đừng lấy ác trả ác hoặc lấy rủa sả trả rủa sả; trái lại, hãy chúc phước, vì đó là điều mà anh em được kêu gọi, để thừa hưởng phước lành. (I Phi-e-rơ 3:8-9)

Chúng ta được kêu gọi để chúc phước và nhận lãnh phước hạnh.

Điều đầu tiên Chúa phán với A-đam và Ê-va là một lời chúc phước:

> *Đức Chúa Trời ban phước cho loài người và phán: "Hãy sinh sản, gia tăng … hãy làm cho đất phục tùng, hãy quản trị …" (Sáng Thế Ký 1:28)*

Chúa chúc phước để họ gia tăng. Phước lành là thuộc tính của Đức Chúa Trời – điều Ngài luôn làm! Chúng ta giống Chúa vì ra từ Chúa, chúng ta có uy quyền và năng lực để chúc phước cho người khác.

Chúa Giê-xu cũng chúc phước. Điều cuối cùng Ngài làm trước khi trở về trời là chúc phước cho các môn đồ:

> *Sau đó, Ngài dẫn các môn đồ đến gần làng Bê-tha-ni và giơ tay lên ban phước cho họ. Đang khi ban phước, Ngài lìa các môn đồ và được đem lên trời. (Lu-ca 24:50-51)*

Chúa là tấm gương cho chúng ta. Ngài phán chúng ta hãy làm điều Ngài làm, trong Danh Ngài. Chúng ta được Chúa tạo nên để chúc phước.

PHƯỚC LÀNH CỦA NGƯỜI TIN CHÚA LÀ GÌ?

Trong Cựu Ước, từ "phước" trong tiếng Hê-bơ-rơ là *barak*, nghĩa là "nói lên ý định của Chúa."

Trong Tân Ước, từ "phước" trong tiếng Hy-lạp là *eulogia*: lời tán thưởng, khen ngợi. Như vậy để áp dụng, chúc phước là "nói tốt về ai đó" và "nói lên ý muốn và ơn lành của Chúa dành cho họ."

Đây là định nghĩa của từ "phước" mà tôi sử dụng trong quyển sách này. Chúc phước là nói lên ý định và ơn lành của Chúa cho một ai hoặc một tình huống nào đó.

Đức Chúa Trời, trong sự khôn ngoan của Ngài, đã quyết định rằng các công việc của Ngài thường được thực hiện qua con cái của Ngài. Đây là cách Chúa đem vương quốc của Ngài đến trên đất này. Chúa muốn chúng ta thay mặt cho Ngài để chúc phước. Là một

Cơ Đốc Nhân, tôi có thể nói lên ý định và ơn lành của Chúa cho ai đó, hoặc cho hoàn cảnh nào đó trong Danh Chúa Giê-xu. Tôi cậy đức tin và tình yêu thương để làm điều này, và quyền năng thiên đàng hỗ trợ cho điều tôi nói, tôi tin rằng Chúa sẽ hành động để đem đến sự thay đổi. Khi tôi chúc phước, tôi nói cách có chủ ý, bằng đức tin và tình yêu thường, tôi mở cửa để Chúa kích hoạt chương trình của Ngài trên một người nào đó.

Mặt khác, nếu ai đó vô tình hoặc cố ý nói lên ý định của Sa-tan qua lời rủa sả, cho ai đó hoặc cho chính họ, thì lời họ nói sẽ mở cửa cho thế lực bóng tối hành động – để cướp, giết, và huỷ diệt. Nhưng ngợi khen Chúa:

> *Đấng ở trong chúng ta lớn hơn kẻ ở trong thế gian. (I Giăng 4:4)*

Chúa muốn chúc phước – đó là bản tánh của Ngài. Đôi khi định ý ban phước rời rộng của Chúa làm chúng ta ngạc nhiên. Không gì có thể ngăn được Ngài. Ngài kiên quyết muốn ban phước cho nhân loại. Ngài muốn Chúa Giê-xu sẽ có nhiều anh chị em.

Đó chính là chúng ta! Chúa muốn ban phước cho nhân loại, nhưng Ngài còn muốn hơn nữa khi điều đó được thực hiện qua chúng ta – dân sự của Ngài.

Khi chúng ta nhân danh Chúa Giê-xu chúc phước, Đức Thánh Linh sẽ đến, vì chúng ta làm điều Đức Chúa Cha muốn làm – nói điều Ngài muốn nói. Tôi thường bị bất ngờ khi nhìn thấy điều này. Khi tôi chúc phước cho ai đó, sự hiện diện của Đức Thánh Linh đến – Ngài chạm đến lòng họ, khai phóng tình yêu, và đem lại sự biến đổi. Có người ôm chầm lấy tôi, có người khóc và nói: "Điều này thật đúng lúc" hoặc "anh không biết tôi đang cần nó thế nào đâu."

Nhưng có một điều quan trọng bạn cần chú ý: chúng ta chúc phước cho người khác từ mối tương giao mật thiết giữa ta và Chúa, từ sự hiện diện của Ngài. Gần gũi Chúa là điều rất quan trọng. Có vậy thì lời chúng ta nói mới như lời của Ngài, và những lời đó được xức dầu để hoàn thành định ý của Chúa trên ai đó, hoặc hoàn cảnh nào đó. Hãy nhớ rằng…

UY QUYỀN THUỘC LINH CỦA CHÚNG TA

Trong Cựu Ước, thầy tế lễ là người cầu thay và chúc phước cho dân sự.

Các ngươi phải chúc phước cho dân Y-sơ-ra-ên như thế nầy:

Cầu xin Đức Giê-hô-va ban phước cho ngươi
và phù hộ ngươi!
Cầu xin Đức Giê-hô-va chiếu sáng mặt
Ngài trên ngươi
Và làm ơn cho ngươi!
Cầu xin Đức Giê-hô-va đoái thương ngươi
Và ban bình an cho ngươi!

Họ phải đặt danh Ta trên dân Y-sơ-ra-ên như vậy thì Ta sẽ ban phước cho dân nầy. (Dân Số Ký 6:23-27)

Trong Tân Ước, Cơ Đốc Nhân được Chúa kêu gọi để trở thành:

…dòng giống được tuyển chọn, là chức tế lễ thầy nhà vua, là dân tộc thánh, là dân thuộc riêng về Đức Chúa Trời, để anh em rao truyền công đức vĩ đại của Đấng đã gọi anh em ra khỏi nơi tối tăm, đưa vào vùng ánh sáng diệu kỳ của Ngài. (I Phi-e-rơ 2:9)

Và Chúa Giê-xu đã

…làm cho chúng ta trở nên vua và trở nên các thầy tế lễ cho Đức Chúa Trời, là Cha Ngài… (Khải Huyền 1:6)

Cách đây khá lâu, khi đang ngồi tại Quen Toro, tôi hướng mắt nhìn ra Noumea để tìm kiếm một thông điệp chia sẻ cho nhóm cầu nguyện. Tôi cảm nhận Chúa phán với tôi: "Con không biết mình là ai." Nhiều tháng sau đó, Ngài phán: "Nếu như con biết uy quyền mình có trong Chúa Giê-xu, con sẽ làm thay đổi thế giới." Tôi nghĩ điều này dành cho những người trong nhóm cầu nguyện, nhưng sau này tôi nhận ra, nó cũng là điều dành cho tôi.

Chúng ta biết việc phán trực tiếp với bệnh tật hay hoàn cảnh (phán với 'núi' – theo Mác 11:23) và ra lệnh cho sự chữa lành thì hiệu quả hơn xin Chúa làm điều này (Ma-thi-ơ 10:8; Mác 16:17-18). Đây là kinh nghiệm của tôi và của nhiều Cơ Đốc Nhân, những người có mục vụ chữa lành – giải cứu hiệu quả và thành công. Tôi tin điều Chúa Giê-xu nói: "Hãy chữa lành người bệnh (trong danh Ta). Đây không phải là việc của Ta, mà là của con. Hãy làm đi."

Chúa muốn chữa lành và chữa lành qua chúng ta. Chúa muốn giải cứu và giải cứu qua chúng ta. Chúa muốn chúc phước và chúc phước qua chúng ta. Chúng ta có thể xin Ngài chúc phước, hoặc chúc phước trong danh Chúa Giê-xu.

Cách đây vài năm, tôi quyết định đến văn phòng sớm để chúc phước cho công việc của mình. Tôi thưa với Chúa: "Lạy Chúa, xin chúc phước cho công ty Colmar Brunton." Nói xong tôi chẳng cảm nhận thấy gì. Tôi quyết định thay đổi – ban đầu thì hơi dè dặt – từ "xin Chúa ban phước" tôi chuyển thành:

> *Hỡi Colmar Brunton (tên của công ty), ta chúc phước cho ngươi trong Danh Đức Chúa Cha, Đức Chúa Con, và Đức Thánh Linh.*
> *Ta chúc phước cho chi nhánh của ngươi tại Auckland, tại Wellington, và tại bất cứ nơi nào.*
> *Ta chúc phước cho ngươi tại nơi công sở và tại nơi nhà riêng. Ta khai phóng Vương quốc của Chúa trên nơi này. Lạy Thánh Linh, xin hãy đến, Ngài được chào đón ở nơi này. Con khai phóng yêu thương, vui mừng, bình an, nhịn nhục, nhơn từ, hiền lành, tiết độ và hiệp một tại đây. Trong Danh Chúa Giê-xu, ta khai phóng vương quốc của Chúa để chúng ta có thể giúp đỡ khách hàng thành công và ảnh hưởng tốt đến thế giới.*
> *Ngươi được phước trên thị trường khách hàng, thị trường việc làm.*
> *Ta chúc phước trên khải tượng của ngươi: "Doanh nghiệp tốt hơn, thế giới tốt hơn."*
> *Trong Danh Chúa Giê-xu, A-men.*

Tôi cảm thấy Chúa muốn tôi đặt một cây thập tự nơi cửa bước vào công ty và công bố sự bảo vệ thuộc linh trong huyết Chúa Giê-xu trên doanh nghiệp của mình.

Từ lúc tôi đổi "xin Chúa ban phước trên Colmar Brunton" thành "ta chúc phước Colmar Brunton trong danh Đức Cha, Đức Con, và Đức Thánh Linh," tôi cảm nhận sự xức dầu của Chúa đến trên tôi – tôi cảm nhận Ngài vui lòng và xác chứng điều này. Dường như Ngài phán với tôi: "Đúng rồi, con trai. Đây là cách ta muốn con làm." Dù đã làm điều này cả trăm lần rồi, tôi vẫn luôn cảm thấy Chúa vui lòng. Kết quả là gì? Bầu không khí nơi công ty được thay đổi, thay đổi nhanh đến nỗi mọi người bàn tán về điều đó, họ tự hỏi có thứ gì đó thật khác ở đây. Thật tuyệt vời! Lời chúc phước thực sự làm thay đổi thế giới của chúng ta.

Tôi không dừng lại tại đó. Sáng sớm khi chưa ai đến văn phòng, tôi đến và cầu nguyện cho chỗ ngồi của người cần sự khôn ngoan cho một tình huống nào đó. Tôi chúc phước cho họ, đặt tay trên ghế của họ, tin rằng sự xức dầu đem lại phước hạnh sẽ chuyển từ vải của chiếc ghế đến người ngồi trên đó (Công Vụ

19:12). Hễ khi nào tôi được biết về một nhu cầu cụ thể nào đó, thì tôi sẽ đến ghế của người cần và chúc phước cho họ theo cách như vậy.

Tôi nhớ có một người thường hay nói lời phạm thượng – anh ấy dùng danh Chúa để chửi thề. Một buổi sáng nọ tôi đặt tay trên ghế của anh, trói buộc linh phạm thượng trong Danh Chúa Giê-xu. Tôi làm vậy nhiều lần, và cuối cùng tà linh đứng đằng sau phải khuất phục trước quyền năng của Chúa Giê-xu, những lời phạm thượng biến mất khỏi lời nói của người đó tại nơi công sở.

Tôi nhớ có người đến gặp tôi, anh ấy nhờ tôi cầu nguyện để Chúa đem anh đến một nơi làm khác, vì nơi anh làm mọi người đều nói phạm Danh Chúa. Tôi lại thấy theo cách ngược lại: anh cần phải chúc phước cho nơi công sở của mình mình để thay đổi bầu không khí tại đó! Chúng ta có thể thay đổi thế giới của mình.

Tôi tin rằng Chúa muốn chúc phước cho nhân loại – và Ngài muốn làm điều đó qua chúng ta – là nhưng con cái của Ngài. Bạn có uy quyền thuộc linh. *Hãy chúc phước!*

Cha Thiên Thượng muốn chúng ta dự phần, nghĩa là đồng làm việc với Ngài trong công tác cứu chuộc. Chúng ta có thể chữa lành và giải cứu, hoặc chúc phước cho người khác qua lời nói. Chúa dùng chúng ta để chúc phước cho thế giới. Đây là đặc ân lẫn trách nhiệm!

Với tôi, chúc phước nói lên mục đích của Chúa dành cho đời sống của ai đó, hoặc tình huống nào đó, tôi làm bằng yêu thương, với chủ ý, cùng năng quyền và uy quyền, với qua một tâm linh đầy dẫy Thánh Linh. Nói đơn giản, chúc phước hành động cậy đức tin để công bố định ý của Chúa trên con người và hoàn cảnh. Khi công bố mục đích của Chúa, chúng ta khai phóng quyền năng của Ngài để đem lại sự thay đổi.

Và hãy nhớ là – chúng ta được phước vì chúng ta chúc phước.

PHẦN HAI:
Làm Thế Nào?

MỘT VÀI NGUYÊN TẮC QUAN TRỌNG

Giữ Gìn Môi Miệng Thanh Sạch

Từ một miệng mà ra cả sự chúc tụng lẫn nguyền rủa sao? Thưa anh chị em của tôi, đừng như vậy. (Gia-cơ 3:10)

Nếu con làm cho điều cao quý lìa khỏi điều hèn hạ, Thì con sẽ như miệng Ta. (Giê-rê-mi 15:19b)

Nếu bạn muốn công bố mục đích của Chúa cho người khác, bạn phải tránh nói những lời hư không.

Xin Chúa Thánh Linh Hướng Dẫn Điều Phải Nói

Khuấy động tâm linh (qua thờ phượng hoặc cầu nguyện tiếng mới). Xin Đức Thánh Linh giúp bạn cảm nhận được tình yêu của Cha dành cho người mà bạn muốn chúc phước. Bạn có thể cầu nguyện như thế này:

Lạy Cha, Ngài muốn con nói gì? Xin cho con lời chúc phước dành cho người này. Con có thể an ủi hay khích lệ người này như thế nào đây?

Chúc Phước Khác Với Cầu Thay

Nhiều người cảm thấy khó chúc phước. Họ thường cầu thay và xin Cha chúc phước. Cầu thay là tốt, nhưng đây là lời cầu nguyện, bạn cần biết sự khác biệt giữa hai điều này. Chúc phước hay tuyên bố phước hạnh không thay thế cho cầu nguyện, nhưng bổ trợ – chúng ta nên thường xuyên làm cả hai.

Tác giả Roy Godwin và Dave Roberts trong quyển *Ân Điển Tuôn Đổ (The Grace Outpouring)* đã nói rất đúng:

Khi chúc phước, ta nhìn vào mắt người đó (nếu hoàn cảnh cho phép) và nói trực tiếp. Ta có thể nói thế này, "Tôi chúc phước cho anh trong danh Chúa Giê-xu, để ân điển của Ngài sẽ ngự trên anh. Tôi chúc phước cho anh trong danh Đức

Chúa Cha, để tình yêu của Ngài sẽ bao phủ và đổ đầy, để tận đáy lòng anh được biết Ngài cách trọn vẹn hơn, và biết rằng Ngài vui lòng vì anh.

Lưu ý đại từ "tôi." "Tôi" là người trực tiếp tuyên bố phước hạnh trong danh Chúa Giê-xu cho người nhận. Tôi không cầu nguyện xin Chúa ban phước cho họ nhưng dùng uy quyền Chúa ban cho để chúc phước cho người đó.

Đừng Đoán Xét

Đừng đoán xét xem liệu người ấy có xứng đáng không. Phước hạnh thật sự, khi công bố trên hoàn cảnh hay con người, thì mô tả điều Chúa nhìn thấy. Chúa không tập trung vào việc người ấy đang như thế nào ở hiện tại, nhưng thay vào đó là ý muốn của Ngài trên họ, và điều Ngài muốn họ trở thành.

Ví dụ, khi Chúa gọi Ghi-đê-ôn là *"người dõng sĩ"* (Các Quan Xét 6:12), thì lúc đó ông đang cư xử hoàn toàn ngược lại. Chúa gọi Phi-e-rơ là *"đá"* (Ma-thi-ơ 16:18) trước khi ông có thể gánh vác người khác và giúp họ dựa vào mình. Xa hơn nữa, chúng ta đọc thấy

"Chúa… ban sự sống cho kẻ chết, gọi những sự không có như có rồi" (Rô-ma 4:17). Nếu hiểu điều này, Chúa ta sẽ ngừng cho mình quyền được làm "quan án" để quyết định xem ai đó có xứng đáng để được chúc phước hay không.

Người càng không xứng đáng, càng cần nhận được lời chúc phước. Người chúc phước cho những ai không xứng đáng cũng sẽ nhận lại được phước hạnh rất lớn.

Ví Dụ Minh Hoạ

Hãy tưởng tượng một người kia tên là Fred, ông ấy nghiện rượu. Vợ của Fred không vui về điều này, cô ấy cầu nguyện: "Xin Chúa ban phước trên anh Fred, giúp anh ấy bỏ rượu và nghe lời con." Nhưng lời cầu nguyện sẽ năng quyền hơn rất nhiều nếu cô ấy nói:

Em chúc phước cho anh trong danh Chúa Giê-xu. Nguyện chương trình của Chúa được thành tựu trên đời sống của anh. Nguyện anh trở thành người chồng, người cha mà Chúa muốn. Em chúc phước để anh được tự do khỏi mọi sự nghiện ngập. Em chúc phước cho anh được hưởng bình an của Đấng Christ.

Cách cầu nguyện thứ nhất trình dâng nan đề lên cho Chúa. Cách này chẳng cần nỗ lực – chỉ bị động thôi. Trong đó có cả sự xét đoán, tự xưng công bình, và tập trung vào tội lỗi của Fred.

Trong khi đó, cách cầu nguyện thứ hai đòi hỏi phải suy nghĩ và yêu thương nhiều hơn. Cách này không đoán xét, tập trung vào những gì Fred có thể trở thành thay vì tình trạng hiện tại của anh ấy. Gần đây tôi nghe một câu nói: Satan biết tên của chúng ta, biết tiềm lực của chúng ta, nhưng hắn gọi chúng ta bằng tội lỗi của mình; trong khi Chúa biết tội lỗi của chúng ta nhưng Ngài gọi tên chúng ta và nhắc đến những gì chúng ta có thể trở thành. Cách chúc phước thứ hai đi theo chương trình và kế hoạch của Chúa. Nó phản ánh tấm lòng cứu chuộc của Ngài. Hãy nhớ, Chúa yêu Fred.

NHỮNG TÌNH HUỐNG TA CÓ THỂ GẶP

Tôi luôn muốn học về lời chúc phước. Khi mới bắt đầu, tôi không biết chúc phước thế nào và cũng không biết tìm sự giúp đỡ ở đâu. Sau này tôi nhận ra, có nhiều tình huống khác nhau cần sự chúc phước, tôi sẽ nêu một vài gợi ý để bạn có thể áp dụng vào trường hợp mình đối diện. Nhớ rằng bạn cũng cần nói theo điều Thánh Linh hướng dẫn bạn nói nữa. Việc chúc phước cũng cần luyện tập, nhưng kết quả sẽ rất xứng đáng.

Chúc Phước Cho Người Nói Xấu Hoặc Rủa Sả Bạn
Nhiều năm trước, một nhân viên xin nghỉ làm đến nhà tôi để uống cà-phê và tạm biệt. Cô ấy là người tin theo chủ nghĩa Thời Đại Mới (New Age) – cô tin có phần "thần" sống trong mình. Khi nói chuyện, cô kể rằng hai công ty trước cô từng làm, sau khi cô nghỉ thì họ phá sản. Lúc đó tôi mới tin Chúa, và tôi nhận

ra những lời cô nói là lời rủa sả. Bỗng dưng tôi cảm thấy sợ hãi, dù rằng trong tâm trí tôi khước từ những lời này. Nhưng tôi không tiến thêm một bước nữa để chúc phước cho cô ấy. Sau khi ngỏ lời cầu nguyện cho cô, lẽ ra tôi phải nói thêm thế này:

Deborah (không phải tên thật), tôi trói buộc ảnh hưởng tà thuật trong đời sống của cô. Tôi chúc phước cho cô trong danh Chúa Giê-xu. Tôi tuyên bố phước hạnh của Chúa ở trên cô. Nguyện ý định của Chúa được thành trên cô … Tôi chúc phước cho năng lực của cô, cho người chủ tương lai của cô, nguyện vinh hiển thuộc về Chúa. Nguyện cô trở thành người nữ của Chúa theo đúng cách Ngài đã định. Trong danh Chúa Giê-xu, amen.

Chúc Phước Cho Người Làm Tổn Thương Hoặc Khước Từ Bạn

Tôi từng cầu nguyện cho một người nữ vật lộn với nan đề tài chính và cảm xúc sau khi chồng cô ấy bỏ cô. Tôi hỏi liệu cô có tha thứ cho anh ấy không. Thật khó, nhưng cô ấy quyết định tha thứ. Rồi tôi hỏi cô có muốn chúc phước cho anh ấy không. Cô ấy sốc, nhưng cuối cùng cũng quyết định chúc phước. Dù chồng cô không có ở đó, nhưng tôi đã hướng dẫn cô nói những lời này:

Em chúc phước cho anh. Nguyện mọi kế hoạch của Chúa được thành trên đời sống của anh, và hôn nhân của chúng ta để lại bông trái. Nguyện anh trở thành người chồng, người cha mà Chúa muốn anh trở thành. Chuyện ân điển và phước hạnh của Chúa ở cùng anh. Trong danh Chúa Giê-xu, amen.

Đúng là rất khó để nói những lời này, nhưng khi cô ấy nhận ra lòng của Chúa, sự xức dầu của Ngài bắt đầu đến trên cô. Cả hai chúng tôi đều khóc khi Thánh Linh hành động trên cô, và tôi tin rằng Chúa Thánh Linh cũng hành động trên chồng cô ấy. Đường lối của Chúa không phải đường lối của chúng ta.

Phải rất can đảm mới có thể chúc phước trong những hoàn cảnh thế này – nhưng khi làm như vậy, chúng ta giống Chúa.

Chúc phước cho người không xứng đáng là làm theo điều Chúa muốn – Chúa cũng thường làm như vậy. Bạn có nhớ kẻ trộm bị đóng đinh bên cạnh Chúa Giê-xu không, cả người đàn bà bị bắt quả tang phạm tội tà dâm. Ngài như vậy, còn bạn và tôi thì thế nào?

Chúc phước là điều gì đó không thuộc về thế giới này, cũng không đi theo trực giác của chúng ta – khi bị tổn thương, ta không muốn làm điều này. Nhưng đây là cách của Chúa, và theo cách này người chúc phước lẫn người được chúc phước đều nhận được sự chữa lành. Chúc phước cắt đứt dòng chảy độc hại của cay đắng, giận dữ, báo thù... là điều gây hại và cắt ngắn cuộc đời của chính bạn.

Gần đây, tôi nhận được email của một người tên Denis:

Ba tháng trước, tôi nói chuyện với anh tôi qua điện thoại. Chúng tôi không thường trò chuyện với nhau vì anh ấy sống và làm việc ở một thành phố khác.

Khi chuẩn bị kết thúc, tôi hỏi liệu tôi có thể chúc

phước cho công việc kinh doanh của anh và vợ anh không. Anh ấy không mở lòng lắm. Anh cộc cằn và thốt ra những lời làm tôi tổn thương. Tôi nghĩ kể từ đây, mối quan hệ giữa tôi và anh ấy sẽ không bao giờ được như trước nữa. Thế rồi những ngày và tuần tiếp theo, tôi sử dụng nguyên tắc trong quyển sách "Quyền Năng Kỳ Diệu Của Lờ Chúc Phước" để chúc phước cho công việc kinh doanh của anh tôi. Một ngày tôi làm như 2-3 lần. Ba tháng sau, vào khoảng thời gian trước Giáng Sinh, anh tôi gọi và nói chuyện với tôi như chưa từng có chuyện gì xảy ra. Tôi ngạc nhiên trước thái độ thân thiện của anh ấy, cứ như anh em chúng tôi chưa từng giận nhau vậy.

Quyền năng tuyệt vời của lời chúc phước thật sự có hiệu quả trên cả những hoàn cảnh vượt ngoài tầm kiểm soát của chúng ta… Ngợi khen Chúa!

Chúc Phước Cho Những Người Chọc Tức Bạn

Một trong những thứ thường làm ta tức điên người là sự ích kỷ, thiếu suy nghĩ của người khác khi tham gia giao thông. Chuyện này lúc nào cũng xảy ra.

Những lời chửi thề có thể tuôn ra trong đầu và miệng chúng ta ngay lập tức. Khi làm như vậy, chúng ta rủa sả những người Chúa yêu và được tạo nên theo hình ảnh của Ngài. Có thể lắm Chúa đứng về phía họ.

Nếu lần sau chuyện tương tự xảy ra, hãy tử chúc phước cho những người đó vì rủa sả họ bằng những lời lẽ giận dữ:

Tôi chúc phước cho chàng thanh niên vừa cắt đầu xe (hoặc lấn đường). Tôi công bố tình yêu của Chúa trên người này. Nguyện phước hạnh và ý định của Chúa đến trên anh. Tôi chúc phước cho chàng trai trẻ này, nguyện những tiềm năng của anh ấy được thành. Nguyện anh ấy về nhà an toàn và là nguồn phước cho gia đình mình. Trong danh Chúa Giê-xu, amen.

Hoặc theo cách ít trang trọng hơn:

Lạy Cha, con chúc phước cho chàng trai trên chiếc xe đó, trong danh Chúa Giê-xu. Nguyện tình yêu của Ngài đeo đuổi đến khi nào bắt kịp và nắm giữ anh.

Một độc giả của tôi nhận thấy điều thú vị sau:

> *Tôi nhận ra lời chúc phước làm tôi thay đổi. Tôi không thể chúc phước cho những người làm tôi khó chịu rồi sau đó nói xấu hoặc nghĩ xấu về họ được. Thay vào đó tôi chờ xem điều tốt đẹp xảy đến cho họ… – Jillian*

Tôi có một người bạn tên John, anh ấy nhờ tôi cầu nguyện cho xung đột của gia đình liên quan đến vấn đề thừa kế. Xung đột này đã kéo dài nhiều năm và càng ngày càng trở nên nặng nề. Tôi đề nghị thay vì cầu nguyện, tôi sẽ chúc phước:

> *Chúng tôi chúc phước cho xung đột liên quan đến quyền thừa kế trong danh Chúa Giê-xu. Chúng tôi chống lại sự chia rẽ, tranh chấp, giận dữ; chúng tôi mở ra sự công bình, công bằng, và hoà giải. Khi chúc phước, chúng tôi chọn để suy nghĩ và ước muốn của mình qua một bên, thay vào đó để Chúa can thiệp và kích hoạt chương trình của Ngài trên phần thừa kế này. Trong danh Chúa Giê-xu, amen.*

Trong vài ngày sau, vấn đề được giải quyết một cách êm đẹp.

Tôi rất thích điều một độc giả đã từng nói:

> *Tôi ngạc nhiên trước kết quả mau chóng tôi nhìn thấy trong đời sống người khác khi chúc phước cho họ. Cứ như Chúa sẵn sàng lao đến trong tình yêu khi chúng ta công bố lời cầu nguyện chúc phước. – Mục sư Darin Olson, thành phố Junction, Hội thánh Nazarene, Oregon*

Phước hạnh thật sự làm thay đổi thế giới của chúng ta.

CHÚC PHƯỚC, THAY VÌ TỰ RỦA SẢ CHÍNH MÌNH

Nhận Diện Và Bẻ Gãy Rủa Sả

Chúng ta thường nghĩ: "Mình xấu xí, mình ngu ngốc, mình vụng về, mình chậm chạp, chẳng ai tệ như mình, Chúa sẽ chẳng bao giờ dùng mình, mình đúng là một tội nhân…" Có rất nhiều lời nói dối mà Satan khiến chúng ta tin.

Tôi có một người bạn thường xuyên tự rủa sả chính mình, tôi đau lòng khi nhìn thấy điều này. Cô ấy hay nói: "Ồ tôi ngu thật, tôi lại làm hỏng chuyện nữa rồi. Tôi chẳng thể làm thứ gì ra hồn…"

Đừng lặp lại và đừng chấp nhận những lời rủa sả này. Thay vào đó, hãy chúc phước cho chính mình.

Tôi nhớ, trong một buổi nhóm cầu nguyện, tôi nhận ra linh của sự vô dụng trên một người nữ mà tôi đang cầu nguyện cho. Khi đó, cô ấy tự thốt lên: "tôi ngu lắm." Tôi hỏi rằng cô đã nghe những lời này khi nào. Cô ấy trả lời cha mẹ cô thường nói những lời này. Thật đáng buồn… và cũng thật thường gặp.

Tôi hướng dẫn cô ấy nói những lời sau:

> *Trong danh Chúa Giê-xu, tôi tha thứ cho cha mẹ của mình. Tôi tha thứ cho chính mình. Tôi bẻ gãy những lời cha mẹ đã nói với tôi. Tôi có tâm trí của Đấng Christ, tôi là người sáng dạ.*

Nói ngắn gọn, chúng tôi đã đuổi linh của sự khước từ và vô dụng đi. Sau đó tôi chúc phước cho cô, tuyên bố rằng cô là công chúa của Chúa, và Ngài quý trọng cô, Chúa sẽ dùng cô để trở thành nguồn phước cho người khác, đem lại sự chữa lành và hy vọng cho họ. Tôi chúc phước để cô có sự dạn dĩ và can đảm.

Cô tiếp nhận những lời chúc phước này các từ từ. Rồi sau đó cô ấy sáng bừng lên. Những tuần sau đó cô nhận ra phước hạnh đã thực sự đến trên cô. Chúng ta có thể làm thay đổi thế giới của mình qua lời chúc phước.

Bất cứ ai cũng có thể làm điều này. Kinh Thánh viết rất nhiều về ý muốn của Chúa trên con người, chúng ta có thể dùng những lời này để tuyên bố phước hạnh cho người khác.

Tôi muốn chia sẻ một ví dụ khác. Gần đây tôi cầu nguyện cho một người nữ bị đau bao tử. Khi cầu nguyện, Đức Thánh Linh đến trên cô, cô gặp người lại khi quỷ ra khỏi. Mọi thứ đều ổn, nhưng cho đến vài ngày sau thì cơn đau trở lại. "Tại sao vậy Chúa ơi?" cô hỏi Ngài. Cô cảm nhận Đức Thánh Linh nhắc cô rằng trước đó, khi đang đi cắm trại, có người nói với cô hãy nấu chín thật kỹ gà, nếu không sẽ đau bụng. Cô đáp lại, đang đi trại thì tôi không muốn bị đau bụng, nhưng hết trại thì thế nào cũng mặc kệ. Chính những lời coi thường đó đã trở thành dịp tiện cho ma quỷ. Cô phải bẻ gãy chúng, và sau đó cô được nhận lại sự chữa lành.

Chúc Phước Cho Môi Miệng

Tôi chúc phước cho môi miệng của mình để biết điều nào là cao trọng, điều nào là vô ích, và để được trở nên như miệng của Chúa. (Dựa vào Giê-rê-mi 15:19)

Nhiều phép lạ của Chúa Giê-xu được thực hiện qua lời Ngài phán. Ví dụ như, *"Hãy đi, con của ngươi sẽ sống"* (Giăng 4:50). Tôi cũng muốn được như vậy. Đó là lý do vì sao tôi chúc phước cho môi miệng của mình và canh giữ những lời ra từ đó.

Có lần tôi và vợ ở tại khách sạn ở Noumea. Chúng tôi nghe tiếng em bé khóc suốt đêm. Sau vài đêm như vậy, vợ tôi qua phòng bên cạnh để hỏi thăm mẹ của em bé. Chính người mẹ cũng không biết có chuyện gì đang xảy ra, cô ấy nói bác sĩ đã thử cho em bé sử dụng nhiều loại kháng sinh nhưng không có thứ gì tác dụng. Vợ tôi xin cầu nguyện cho em bé, người mẹ đồng ý dù hơi hoài nghi. Trong thứ tiếng Pháp bập bẹ của chúng tôi, tôi cầu nguyện cho em và tuyên bố bằng đức tin là em sẽ "ngủ say như một đứa bé." Và em đã ngủ ngon thật như vậy.

Chúc Phước Cho Tâm Trí

Tôi thường nói,

> Ta chúc phước cho tâm trí của mình, để được có tâm trí Đấng Christ. Ta sẽ nghĩ như Ngài nghĩ. Nguyện tâm trí này được thánh hoá để Đức Thánh Linh vui lòng ngự trị. Nguyện tâm trí này nhận được lời tri thức và sự bày tỏ khôn ngoan.

Hết lần này đến lần khác, tôi vật lộn với sự thanh sạch của tâm trí, và lời chúc phước này đã giúp ích rất nhiều. Tôi chúc phước cho trí tưởng tượng của mình, để nó được sự dụng cho điều tốt chứ không phải xấu. Cách đây vài ngày, tôi gặp vấn đề với trí tưởng tượng của mình – nó đã đi lang thang vào những nơi tôi không muốn – và Chúa đặt điều này trong tôi, *"Hãy tưởng tượng Chúa Giê-xu đang làm phép lạ… rồi bây giờ, hãy tưởng tượng con đang làm những phép lạ đó."* Tôi nhận ra nghĩ về điều lành có hiệu quả rất lớn trong việc kiểm soát tâm trí (Phi-líp 4:8), hơn là cứ nghĩ về việc đừng nghĩ về thứ gì đó. Chúc phước cho tâm trí và trí tưởng tượng cũng giúp ích rất nhiều để giữ được sự thánh khiết trong tâm trí.

Có lần tôi cảm thấy thất bại trong suy nghĩ của mình, thì lời của một bài thánh ca hiện lên trong tâm trí tôi (Be Thou My Vision – Ngài là tầm nhìn của tôi):

Xin cho mắt tôi
Được nhìn xem như Thánh ý
Mọi điều nguyện lòng
Luôn ghi nhớ theo lời khuyên
Xin bao nghĩ suy
Ngày mới hay đêm về
Bình minh hay giấc nồng
Được sáng soi trong ánh sáng Ngài.

Chúc Phước Cho Thân Thể

Bạn có quen thuộc với câu Kinh Thánh: *"Lòng vui mừng là một phương thuốc hay"* (Châm Ngôn 17:22)? Kinh Thánh cho biết cơ thể chúng ta phản ứng với lời nói và suy nghĩ tích cực.

Ta chúc phước cho cơ thể của mình. Ta bẻ gãy sự yếu mệt. Ta chúc phước cho phần thuộc thể được khoẻ mạnh.

Tôi từng xem một khúc phim về một người đàn ông bị tim rất nặng: động mạch vành của ông ấy bị tắc. Ông chúc phước cho phần động mạch đó suốt ba tháng, tuyên bố rằng nó được dựng nên "cách đáng sợ lạ lùng". Khi trở lại gặp bác sĩ, họ phát hiện một phép lạ đã xảy ra, ông có động mạch vành mới.

Tôi tự nhủ tôi sẽ thử điều này trên da của mình. Da tôi có vấn đề, khi còn trẻ tôi từng bị cháy nắng rất nặng. Giờ khi đã lớn tuổi, có những khối u nhỏ cứ mọc trên vai và lưng của tôi, vài tháng là phải điều trị một lần. Tôi quyết định chúc phước cho da của mình. Ban đầu tôi chỉ chúc phước trong danh Chúa Giê-xu. Nhưng sau đó tôi đọc về bản chất của da, điều này hoàn toàn làm thay đổi cái nhìn của tôi. Tôi nhận ra cả cơ thể được da che phủ, vậy mà tôi lại chẳng biết nhiều về da. Tôi *nói về* nó, nhưng chưa bao giờ *nói với* nó. Tôi ngờ rằng chính mình chưa bao giờ nói thứ gì tốt đẹp về da – tôi toàn phần nàn và không biết ơn.

Nhưng da là phần rất tuyệt, nó điều hoà nhiệt độ và làm sạch cơ thể. Nó bảo vệ cơ thể khỏi sự tấn công của vi trùng. Nó che phủ và bảo vệ tất cả những nội tạng trong cơ thể theo cách xinh đẹp.

Cảm ơn Chúa vì da của con – cả những phần nhăn nheo. Hỡi da, ta chúc phước cho ngươi.

Sau nhiều tháng nói những lời chúc phước, da tôi được lành hầu như hoàn toàn. Chìa khoá là khi tôi bắt đầu trân trọng và biết ơn nó. Đây là phần được Chúa dựng nên cách đáng sợ lạ lùng. Cũng là bài học cho chính tôi. Phàn nàn sẽ dập tắt việc Chúa làm, còn biết ơn thì đem đến điều ngược lại.

Đây là lời chứng từ bạn tôi, David Goodman:

Vài tháng trước, tôi nghe Richard giảng về chủ đề phước lành – một chủ đề nghe có vẻ vô hại, nhưng lại gây ấn tượng mạnh mẽ cho tôi vì góc nhìn Richard mang lại. Tôi nhận ra phước lành không nhất thiết là điều chúng ta cầu xin Chúa, nhưng với tư cách là Cơ Đốc Nhân, chúng ta có quyền, nếu không muốn nói là trách nhiệm, để mang phước lành vào thế giới sa ngã này. Với tư cách là đại sứ nước Trời, chúng ta đem ảnh hưởng của phước lành đến với đời sống của người khác. Chúng ta chúc phước cho họ và qua đó bày tỏ Đấng Christ.

Với tôi, chuyện chúc phước cho người khác là bình thường, nhưng khi nghĩ đến việc chúc phước cho bản thân, tôi thấy như bị khựng lại bởi một bức tường vô hình. Tôi không thể bỏ đi suy nghĩ rằng mình không xứng đáng, tôi thật ích kỷ, tôi cho rằng tự chúc phước cho mình làm phí phạm phước lành của Chúa. Nhưng những suy nghĩ này được thay đổi khi tôi nhận ra rằng chúng ta, những người tin Chúa, là tạo vật mới trong Đấng Christ, được tái sanh, được tạo nên cho mục đích mà Ngài đã định trước. Với cái nhìn đó, thân thể chúng ta là phần cần được trân trọng và chăm sóc – vì tất cả chúng ta đều là đền thờ của Thánh Linh Chúa.

Và thế là mỗi ngày khi thức dậy, tôi thử chúc phước cho cơ thể của mình, tôi cảm ơn cơ thể, tôi khen nó. Tôi khen những ngón tay vì sự khéo léo, tôi cảm ơn da vì những nhiệm vụ nó hoàn thành. Tôi khen và cảm ơn chân đã di chuyển không mệt mỏi, vì tốc độ, và vì đã hợp tác với các phần khác trong cơ thể. Tôi khen mọi phần của cơ thể vì làm việc nhịp nhàng với nhau. Thế rồi một điều kỳ lạ xảy ra.

Tôi cảm thấy khoẻ hơn rất nhiều, phần thân thể lẫn tâm trí. Sau đó, tôi bắt đầu nghĩ của mình đến phần dưới bắp tay đang đau suốt nhiều tháng nay – cơn đau này dường như ở trong xương và phải xoa thường xuyên mới đỡ một chút. Tôi chú ý đến chỗ này, tôi khen cơ thể mình vì khả năng tự chữa lành, vì sự kiên cường vượt qua những cơn đau, vì sự hỗ trợ chúng dành cho nhau khi trong cơ thể có phần bị tổn thương. Khoảng ba tuần sau, vào một buổi sáng tôi thức dậy và nhận ra phần bên dưới cánh tay đã không còn đau nữa, cơn đau hoàn toàn biến mất và không trở lại.

Tôi nhận ra, đúng là chúng ta cần ân tứ chữa lành bằng đức tin trong những thời điểm và hoàn cảnh nhất định, nhưng bên cạnh đó cũng có những cách khác để tự mở ra sự chữa lành cho chính mình. Nhờ vậy ta khiêm nhường càng hơn, nhận ra ta có thể tin cậy Chúa ban cho mình cơ thể giới để sống theo cách mới mà Ngài đã định trước cho ta.

Tôi nhận được rất nhiều lời chứng về sự chữa lành cơ

thể khi tuyên bố phước lành. Bạn có thể đọc chúng tại www.richardbruntonministries.org/testimonies.

Chúc Phước cho Gia Đình, Hôn Nhân, và Con Cái

Nhà bạn là nơi được phước

Bạn nên chúc phước cho nhà của mình và lặp lại điều này ít nhất một lần mỗi năm. Chúc phước nơi mình ở đơn giản là sử dụng uy quyền thuộc linh trong Đấng Christ để dâng và biệt nơi này ra thánh cho Chúa, mời Đức Thánh Linh đến, và buộc mọi thứ không thuộc về Chúa phải rời đi.

Một ngôi nhà không chỉ là gạch và vữa – nó có cá tính riêng. Bạn có quyền hợp pháp trên căn nhà của mình thế nào thì ai đó trước bạn cũng từng có quyền hợp pháp thể đó. Có những chuyện từng xảy ra tại đó có thể hoặc đem đến phước hạnh, hoặc đem đến rủa sả. Dù là chuyện gì, thì giờ đây bạn là người *có quyền* quyết định bầu không khí thuộc linh nơi mình sống. Nếu như có quyền lực của sự tối tăm xảy ra tại nơi bạn ở, do người chủ trước đã mở ra, và bạn cảm nhận được điều này – thì bạn là người phải đuổi chúng đi.

Tất nhiên, bạn cũng cần xét xem chính mình có mở cửa cho thế lực bóng tối một cách không hay biết không? Bạn có những tranh ảnh chống Chúa, sách vở, đồ trang trí, đồ gốm hay đĩa nhạc liên quan đến đời sống ô uế, tội lỗi, tà thuật không? Bạn cho phép những chương trình TV nào được phát trong nhà mình? Có tội lỗi ở nơi nhà bạn không?

Đây là một lời chúc phước đơn giản bạn có thể nói khi đi từng phòng trong nhà mình:

Ta chúc phước cho căn nhà này. Ta tuyên bố nhà này thuộc về Chúa, được biệt riêng ra thánh và được đặt dưới chủ quyền của Đức Chúa Giê-xu Christ. Đây là nhà được phước.

Ta bẻ gãy mọi sự rủa sả trong nhà này trong huyết Chúa Giê-xu. Trong danh Chúa Giê-xu ta ra lệnh cho bất cứ tà linh nào nếu có, phải rời khỏi đây và không bao giờ được quay trở lại. Ta đuổi linh của giận dữ, bất hoà, chia rẽ, và lộn lạo. Ta đuổi linh của sự nghèo đói ra khỏi đây.

Lạy Thánh Linh, xin đến và đuổi đi tất cả những

> *gì không đến từ Ngài. Xin đổ đầy căn nhà này bằng sự hiện diện của Ngài. Nguyện bông trái của Thánh Linh, là yêu thương, vui mừng, bình an, nhịn nhục, nhơn từ, hiền lành, trung tín, mềm mại, tiết độ được đến tại đây. Ta chúc phước cho căn nhà này được đầy dẫy yêu thương và bình an. Nguyện tất cả những người đến đây đều cảm nhận được sự hiện diện của Chúa và được phước. Trong danh Chúa Giê-xu, amen.*

Tôi từng đi xung quanh bờ cõi của phần đất mình sở hữu, chúc phước cho nó, tuyên bố bôi huyết của Chúa Giê-xu để được bảo vệ, và để những ai sống trong nơi đó được bảo vệ khỏi mọi việc ác và mọi thiên tai.

Hôn Nhân Của Bạn

> *Hôn nhân của bạn hoặc được phước theo lời bạn nói, hoặc bị rủa sả – cũng theo lời bạn nói.*

Khi tôi đọc được câu này trong quyển sách *Năng Quyền Của Lời Chúc Phước* (The Power of Blessing) được viết bởi Kirkwood, tôi đã bị sốc. Có thật là vậy không?

Tôi nghĩ rất nhiều về điều này, và tôi tin rằng lời này đúng – hôn nhân và con cái không hạnh phúc là do chúng ta không chúc phước! Khi chúc phước, chúng ta nhận lãnh ý định tốt lành của Chúa một cách trọn vẹn – bao gồm được sống lâu và được có những mối quan hệ bền vững. Chúng ta trở nên người dự phần, người đồng công, với điều và với người chúng ta chúc phước.

Hãy coi chừng những lời rủa sả. Vợ và chồng biết nhau rất rõ. Chúng ta biết những điểm yếu của nhau. Bạn, hay vợ/chồng của bạn có nói những lời thế này: "Anh chẳng bao giờ biết lắng nghe." "Em chẳng làm cái gì cho ra hồn" "Thật là vô dụng" "Trí nhớ của anh thật tồi" "Chẳng được tích sự gì"? Nếu nói đủ nhiều, những lời này sẽ trở thành những lời rủa sả và thật sự xảy ra.

Đừng rủa sả, hãy chúc phước! Hãy nhớ, nếu bạn rủa sả (nói lời sự chết) bạn sẽ không được thừa hưởng phước hạnh Chúa dành cho mình. Tệ hơn nữa, rủa sả ảnh hưởng đến chính chúng ta còn nhiều hơn người mà chúng ta rủa sả. Liệu đó có phải là lý do những lời cầu nguyện của bạn không được đáp lời?

Học cách chúc phước như học một ngôn ngữ mới vậy, ban đầu bạn sẽ thấy rất gượng gạo. Ví dụ như:

Anh chúc phước cho em trong danh Đức Chúa Cha, Đức Chúa Con, và Đức Thánh Linh. Anh mở ra ơn lành của Chúa đến trên em. Nguyện mọi ý định của Chúa được thành trên đời sống em.

Vợ của anh, anh chúc phước cho năng lực gặp gỡ, yêu thương và tiếp đón người khác nơi em. Anh chúc phước cho năng lực an ủi người khác nơi em. Anh tuyên bố rằng em là người sẽ tiếp đãi người khác như Chúa tiếp đãi họ vậy. Nguyện em có sức lực để làm những công việc này, kể cả trong những năm tháng về sau. Anh chúc phước cho em được khoẻ mạnh và sống lâu. Anh chúc phước cho em bằng dầu vui mừng.

Chúc Phước Cho Con Cái
Có rất nhiều cách để chúc phước cho con cái. Đây là cách tôi chúc phước cho cháu gái 4 tuổi của mình:

Ashley, ông chúc phước cho cuộc đời con. Nguyện con sẽ trở nên người nữ tuyệt vời của

Đấng Christ. Ông chúc phước cho tâm trí của con được sáng suốt và nhạy bén trước mọi quyết định. Ông chúc phước cho thân thể con được giữ thánh khiết cho đến hôn nhân, được khoẻ mạnh và đầy năng lực. Ông chúc phước cho tay và chân con để làm việc Chúa đã định sẵn cho con làm. Ông chúc phước cho môi miệng con. Nguyện môi miệng này sẽ nói lời chân thật và khích lệ. Ông chúc phước cho lòng con được giữ trọn với Chúa. Ông chúc phước cho người sẽ trở thành chồng của con và con cái trong tương lai, được Chúa ban phước và được hiệp một. Ông yêu mến mọi điều thuộc về con. Ashley, ông rất tự hào được làm ông của con.

Tất nhiên, đứa trẻ gặp vấn đề nào thì bạn có thể chúc phước một cách phù hợp cho vấn đề đó. Nếu đứa trẻ vật lộn với việc học ở trường, hãy chúc phước cho tâm trí của con được nhớ và hiểu bài; nếu con bị bắt nạt, hãy chúc phước để con khôn ngoan càng thêm, thân hình càng lớn, được ơn trước mặt Chúa và người xung quanh.

Có lần tôi nói chuyện với một phụ nữ về cháu trai của

bà. Mọi điều bà ấy nói đều tập trung vào những lỗi sai của nó, thái độ chống nghịch, và những rắc rối nó gặp ở trường. Đứa cháu này phải dự một kỳ huấn luyện để rèn giũa tâm tánh, nhưng cuối cùng người ta muốn gửi trả vì nó gây quá nhiều phiền toái.

Sau khi nghe, tôi gợi ý rằng bà đang vô tình rủa sả cháu mình qua cách nói về cậu bé, và đang giam cầm cậu bé bằng lời nói của mình. Bà bắt đầu ngừng nói tiêu cực và thay vào đó là chúc phước một cách có chủ ý. Chồng bà, ông của cậu bé, cũng làm như vậy. Chỉ trong vài ngày, cậu bé hoàn toàn thay đổi, nó trở về từ kỳ trại, vui vẻ và được phước. Đây chỉ là một lời chứng nhỏ về năng quyền tuyệt vời của lời chúc phước.

Một trong những điều tuyệt vời nhất người cha có thể làm cho con cái mình là tuyên bố lời chúc phước của người cha. Tôi học được điều này từ quyển sách *Lời Chúc Phước Của Người Cha (The Father's Blessings)* được viết bởi Frank Hammond, quyển sách này rất hay. Không có lời chúc phước của cha, con cái sẽ luôn cảm thấy thiếu thứ gì đó – một chỗ trống mà không gì có thể lấp đầy. Hỡi người làm cha, hãy đặt tay trên con cái mình, trên những thành viên khác trong gia đình (trên đầu hoặc vai) và chúc phước cho họ. Sau đó bạn sẽ khám phá ra những điều tốt lành Chúa làm trên bạn và con cái của bạn.

Mỗi khi chia sẻ thông điệp này, tôi thường hỏi những người nam người nữ trưởng thành, "Ai trong số các bạn từng được cha mình đặt tay chúc phước?" Rất ít người giơ tay. Rồi tôi hỏi tiếp" Ai trong số các bạn *chưa bao giờ* được cha mình đặt tay chúc phước?" Hầu như tất cả mọi người đều giơ tay.

Tôi hỏi họ có cho phép tôi đứng vào vị trí của người cha thuộc linh – thay thế cho cha họ trong lúc đó – để nhờ quyền năng Thánh Linh chúc phước cho họ không, lời chúc phước mà họ chưa từng được nhận. Sau khi được chúc phước, sự đáp ứng thường rất mãnh liệt; người ta khóc, được giải cứu, nhận được sự vui mừng và chữa lành. Thật tuyệt vời!

Nếu bạn ao ước được nhận lời chúc phước của người cha, hãy lớn tiếng tuyên bố những lời này trên chính mình. Đây là lời chúc phước tôi học được từ quyển sách của Frank Hammond.

Lời Chúc Phước của Người Cha

Hỡi con, ba yêu con. Con là món quà Chúa ban cho ba. Ba cảm ơn Chúa vì được làm cha của con. Ba yêu con và tự hào về con.

Xin Chúa tha thứ cho ba vì những lời ba nói, những việc ba làm gây tổn thương cho con. Và cả những lời ba chưa từng nói với con, những lời đáng ra con phải được nghe.

Ba bẻ gãy mọi lời rủa sả đã đi theo con vì cớ tội lỗi của ba, của mẹ, và của tổ tiên chúng ta. Ba ngợi khen Chúa Giê-xu vì Ngài đã trở nên sự rủa sả trên thập tự giá để nhờ đó, chúng ta được ra khỏi mọi sự rủa sả và bước vào phước hạnh.

Ba chúc phước để lòng con được chữa lành khỏi mọi vết thương đến từ sự khước từ, bỏ bê, và lạm dụng mà con phải chịu. Trong danh Chúa Giê-xu, ba bẻ gãy quyền lực của mọi lời nói độc ác, thiếu công bằng từng đến trên con.

Ba chúc phước cho để con được tràn đầy bình

an, là bình an mà chỉ Chúa Bình An mới có thể đem đến.

Ba chúc phước cho con được kết quả: bông trái dư dật, tốt đẹp, và bền vững.

Ba chúc phước để con được thành công. Con sẽ ở đằng đầu chứ không phải đằng đuôi, ở trên cao luôn luôn chứ không hề ở dưới thấp.

Ba chúc phước cho những ân tứ Chúa ban cho con. Ba chúc phước để con được sự khôn ngoan và quyết định đúng, phát triển trọn vẹn mọi tiềm năng của mình trong Đấng Christ.

Ba chúc phước để con được thạnh vượng, trở thành nguồn phước cho những người xung quanh.

Ba chúc phước để con là người ảnh hưởng thuộc linh, muối của đất và ánh sáng của thế gian.

Ba chúc phước để con có sự hiểu biết sâu sắc trong thuộc linh, bước đi gần gũi với Chúa. Con sẽ không rúng động, không chùn bước, vì Lời Chúa sẽ là đèn soi cho chân con, ánh sáng cho đường lối con.

Ba chúc phước để con nhìn thấy những người nam người nữ theo cách của Chúa Giê-xu, và đối xử như Ngài đối xử với họ.

Ba chúc phước để con nhìn thấy, lấy ra, và chúc mừng điều đẹp đẽ trong người khác, không phải điều xấu.

Ba chúc phước để con bày tỏ về Chúa nơi công sở – không chỉ qua lời làm chứng và tâm tánh tốt lành, nhưng còn qua sự xuất sắc và sáng tạo trong công việc, để Chúa được vinh hiển.

Ba chúc phước để con sẽ có những người bạn tốt, con được ơn trước mặt Chúa và mọi người.

Ba chúc phước để con được dư dật trong tình yêu thương, từ chính tình yêu thương đó con sẽ hầu việc Chúa và giúp đỡ người khác. Con sẽ đem ân điển an ủi của Chúa đến cho người khác. Hỡi con của ba, con được phước. Con được phước với mọi phước hạnh thiêng liêng trong Đức Chúa Giê-xu Christ. Amen!

Lời Chứng về Giá Trị Của Lời Chúa Phước từ Người Cha

Tôi được thay đổi nhờ lời chúc phước của người cha. Từ khi sinh ra đến giờ, tôi chưa từng nghe một sứ điệp nào như vậy. Cha phần xác của tôi không nói những lời này. Nhưng cảm ơn Chúa, Ngài đã dùng ông thưa ông Richard, để tôi được nhận lời cầu nguyện chúc phước từ người cha thuộc linh. Khi ông tuyên bố lời chúc phước của người cha, lòng tôi được yên ủi vô cùng, và giờ đây tôi biết mình là người được phước. – Mục sư Wycliffe Alumasa, Kenya

Tôi từng đi qua chặng đường dài đầy khó khăn để tranh chiến với chứng trầm cảm – trong tâm trí, trong tinh thần và cả cơ thể. Cuối cùng tôi nhận ra: chìa khoá để được chữa lành khỏi tổn thương của quá khứ và bước tiếp trong tương lai không gì hơn, chính là tha thứ cho cha tôi –

không chỉ cho những tổn thương ông đã làm nhưng cả những điều ông đã không làm – ông bỏ bê tôi. Cha chưa từng nói yêu tôi. Có một rào cản trong ông. Ông không nói lời yêu thương, quan tâm, hay bất cứ lời cảm xúc nào – tôi khao khát biết bao để được nghe lời yêu thương từ cha.

Trên hành trình tha thứ và chữa lành nội tâm, chứng trầm cảm của tôi có thuyên giảm, nhưng vẫn không khỏi hẳn, tôi thường bị đau ruột. Dù được bác sĩ kê đơn thuốc và thực hiện chế độ ăn kiêng cữ, bệnh này vẫn không khỏi.

Khi Richard, bạn tôi, kể về sự đáp ứng của nhiều người khi nhận được lời chúc phước của cha, có điều gì đó thôi thúc tôi nắm giữ lẽ thật này. Trong sâu thẳm, tôi biết mình đã tha thứ cho cha, nhưng khoảng trống ông để lại thì vẫn chưa bao giờ có thứ gì lấp đầy.

Một buổi sáng nọ ở quán cà-phê, khi đang cùng nhau ăn sáng, Richard đã bước vào vai trò của người cha và chúc phước cho tôi. Thánh Linh đã đụng chạm và thăm viếng tôi trong suốt ngày hôm đó. Tôi có một trải nghiệm tuyệt vời. Phần tâm linh kêu khóc của tôi cuối cùng cũng được yên tịnh trở lại.

Kết quả không ngờ là chứng đau ruột chấm dứt hoàn toàn. Tôi ngưng sử dụng thuốc và ngừng ăn theo chế độ bác sĩ đã kê. Khi tôi nhận được điều lòng tôi khao khát, thân thể bỗng dưng được chữa lành. – Ryan

Tôi đọc và tuyên bố lớn tiếng "lời chúc phước của người cha" trên mình. Tôi không thể ngừng khóc – và Chúa đã chữa lành cho tôi. Cha chỉ chửi bới và nói những lời tiêu cực về tôi cho đến tận lúc ông qua đời. Và giờ đây tôi thấy mình được giải phóng. – Mandy

Lời Chúc Phước Của Người Cha có tác động lớn ở bất cứ nơi nào tôi đi. Bạn có thể đọc nhiều lời chứng tại www.richardbruntonministries.org/testimonies, và xem những video về Lời Chúc Phước của Người Cha tại www.richardbruntonministries.org/resources.

Chúc Phước Bằng Cách Công Bố Lời Tiên Tri

Dù tôi liệt kê nhiều ví dụ để giúp bạn bắt đầu, hãy cậy Đức Thánh Linh, nhờ Ngài hướng dẫn môi miệng bạn để trở nên như môi miệng của Chúa, công bố và khai phóng ý định cụ thể của Ngài vào đúng thời điểm. Nếu hoàn cảnh cho phép, hãy kích hoạt tâm linh bằng cách cầu nguyện tiếng mới hoặc thờ phượng.

Bạn có thể dùng những khuôn mẫu được đề cập ở trên, nhưng quan hơn hết vẫn là xin Chúa Thánh Linh hướng dẫn. Hãy lắng nghe nhịp đập của Ngài. Ban đầu bạn có thể hơi ngập ngừng, nhưng về sau sẽ quen thuộc với điều trong lòng Chúa.

Chúc Phước Cho Nơi Làm Việc

Hãy quay lại phần 1 để áp dụng điều tôi hướng dẫn, từ kinh nghiệm của tôi đưa vào trường hợp của bạn. Mở lòng với những gì Chúa chỉ dẫn – Ngài có thể điều chỉnh góc nhìn của bạn. Lời chúc phước không phải là câu thần chú. Ví dụ, Chúa sẽ không chúc phước để người ta mua sản phẩm của bạn nếu họ không cần hoặc không muốn. Chúa cũng không chúc phước cho sự lười biếng hay gian dối. Nhưng nếu bạn đã đáp ứng được các yêu cầu của Ngài, thì bạn có thể chúc phước cho công việc kinh doanh của mình – để Chúa đem nó từ nơi hiện tại đến nơi mà Ngài muốn. Hãy lắng nghe lời khuyên từ Chúa hoặc những người Ngài gửi đến để trò chuyện với bạn. Hãy cởi mở. Trông chờ phước hạnh, Chúa yêu bạn và Ngài muốn bạn thành công.

Tôi nhận được lời chứng từ Ben Fox:

Công việc kinh doanh bất động sản của tôi gặp nhiều khó khăn trong những năm gần đây, nó suy giảm rõ rệt. Tôi tìm đến nhiều người để xin họ cầu nguyện vì khối lượng công việc của tôi giảm sút đến mức đáng lo ngại.

Cùng thời điểm đó, đầu năm 2015, tôi nghe Brunton giảng về loạt sứ điệp chúc phước cho công việc, doanh nghiệp, gia đình, và những lĩnh vực khác của đời sống. Lúc đó, tôi chỉ tập trung vào việc cầu xin Chúa giúp đỡ. Tôi chưa từng được dạy về việc tự chúc phước cho bản thân, nhưng tôi thấy điều này được Kinh Thánh ghi lại nhiều lần, và tôi biết Chúa kêu gọi và ban uy quyền cho chúng ta trong danh Chúa Giê-xu, để chúc phước.

Tôi bắt đầu chúc phước cho công việc của mình – tôi công bố lời Chúa và cảm ơn Chúa. Mỗi sáng, tôi kiên trì chúc phước cho công việc và cảm ơn Chúa, tôi xin Ngài cho tôi những khách hàng để tôi có thể giúp đỡ họ.

Trong mười hai tháng tiếp sau đó, khối lượng công việc của tôi tăng đáng kể, thậm chí, có lúc tôi không đủ sức để làm hết những việc nhận được. Tôi nhận ra tôi có thể mời Chúa vào công việc hằng ngày của mình, và chúc phước cho công việc chính là điều Chúa kêu gọi chúng ta làm. Sự vinh hiển thuộc về Chúa. Tôi bắt đầu mời Đức Thánh Linh vào công việc mỗi ngày, xin Chúa ban sự khôn ngoan và ý tưởng sáng tạo. Tôi để ý thấy hễ khi nào tôi xin Thánh Linh hướng dẫn để làm việc hiệu quả, thì ngày hôm đó tôi thường xong việc trước thời gian dự định.

Tôi nhận ra sự dạy dỗ về lời chúc phước cùng

với cách chúc phước đã bị quên lãng trong rất nhiều Hội thánh, nhiều Cơ Đốc Nhân tôi từng trò chuyện cũng không biết điều này. Giờ đây, chúc phước cho công việc và người xung quanh trở thành thói quen hằng ngày. Tôi trông chờ để được thấy kết quả trên những người và những điều tôi đã dựa vào lời Chúa chúc phước, trong danh Chúa Giê-xu.

Chúc Phước Cho Cộng Đồng

Cộng đồng ở đây có thể là Hội thánh hoặc tổ chức – hãy chúc phước cho cộng đồng của bạn.

Hỡi những người thuộc .... (tên cộng đồng), chúng tôi chúc phước cho các bạn trong danh Chúa Giê-xu, để được biết chương trình của Ngài trên đời sống bạn, được biết phước hạnh Ngài dành cho bạn, cho gia đình và hoàn cảnh bạn đang sống.

Chúng tôi chúc phước cho từng hộ gia đình trong .... (tên cộng đồng). Chúng tôi chúc phước cho từng hôn nhân, từng mối quan hệ trong các gia đình, và từng thành viên thuộc những thế hệ khác nhau.

Chúng tôi chúc phước cho sức khoẻ và tài chính của bạn. Chúng tôi chúc phước cho công việc tay bạn làm. Chúng tôi chúc phước cho những hoạt động lành mạnh mà bạn tham gia. Nguyện bạn được thới thạnh.

Chúng tôi chúc phước cho trường học của bạn; để học sinh đến, học, và được hiểu điều thầy cô dạy mình. Nguyện học sinh được khôn ngoan càng thêm, thân hình càng lớn, càng được đẹp lòng Chúa và mọi người. Chúng tôi chúc phước cho những thầy cô, cầu nguyện để những ngôi trường tại đây sẽ an toàn và lành mạnh, niềm tin về Chúa Giê-xu và Đức Chúa Trời sẽ được nhắc đến.

Chúng tôi phán với lòng của những người trong khu dân cư này. Chúc phước để họ để họ mở lòng với Đức Thánh Linh và đáp ứng với tiếng của Ngài. Chúng tôi chúc phước để họ được *kinh nghiệm sự hiện diện của vương quốc Thiên Đàng.*

Những lời chúc phước này có thể được thay đổi cho phù hợp với từng cộng đồng khác nhau. Nếu là khu dân cư nông nghiệp, hãy chúc phước cho đất đai, cây trồng và vật nuôi. Nếu là khu dân cư có chỉ số thất nghiệp cao, hãy chúc phước cho doanh nghiệp địa phương để tạo ra công ăn việc làm. Hãy chú ý đến phước hạnh mà khu vực đó cần. Đừng lo chuyện họ có xứng đáng hay không. Lòng người ta sẽ cảm nhận được phước hạnh đến từ đâu khi nó đến.

Chúc Phước Cho Đất Đai
Trong Sáng Thế Ký, Chúa chúc phước cho con người, cho họ quyền quản trị đất đai và mọi vật sống, Chúa truyền cho họ hãy sinh sản và làm đầy dẫy đất. Đây là vinh hiển mà ban đầu con người từng có.

Gần đây khi đến Kenya, tôi gặp một giáo sĩ nhận nuôi trẻ cơ nhỡ và dạy chúng cách làm nông nghiệp. Ông ấy kể cho tôi nghe về một cộng đồng Hồi Giáo, họ nói đất của họ bị rủa sả vì không có thứ gì có thể trồng tại đó. Người bạn giáo sĩ của tôi cùng với cộng đồng Cơ Đốc đã chúc phước cho vùng đất đó và nó trở nên màu mỡ trở lại. Đây là minh hoạ rõ ràng cho quyền năng của lời chúc phước khi được công bố.

Khi ở tại Kenya, tôi cũng đến thăm những cô nhi viện mà Hội thánh chúng tôi hỗ trợ, tôi đi quanh khuôn viên, chúc phước cho cây trồng, vườn tược, gà và bò của họ. (Tôi từng chúc phước cho cây ăn quả trong vườn của mình và nhận được kết quả đáng kinh ngạc.)

Geoff Wiklund kể câu chuyện về một Hội thánh ở Philippines, họ chúc phước cho đất của Hội thánh giữa một đợt hạn hán nghiêm trọng. Kết quả là khu đất đó trở nên khu duy nhất nhận được mưa. Nông dân trong các vườn lân cận đã đến lấy nước cho ruộng lúa mình từ các mương nước bao quanh khu đất của nhà thờ. Đây lại là một phép lạ rõ ràng nữa về ơn của Chúa đến trên điều mà chúng ta công bố phước hạnh.

Chúc Phước Cho Chúa

Dù tôi để phần này cuối, nó nên được ưu tiên ở đầu. Lý do tôi đặt phần này ở cuối là vì nó khác với khuôn mẫu của toàn sách, 'chúc phước là tuyên bố định ý và ơn lành của Chúa dành cho ai đó hoặc điều gì đó.' Thay vào đó, mục đích của việc 'chúc phước cho Chúa' này là để Ngài vui lòng.

Làm thế nào để chúc phước cho Chúa? Ta tìm thấy cách thực hiện trong Thi Thiên 103:

Hỡi linh hồn ta, hãy chúc phước cho Chúa... chớ quên các ân huệ Ngài...

Ân huệ của Chúa dành cho linh hồn ta là gì? Đó là Ngài tha thứ, chữa lành, cứu rỗi, đội mão triều thiên, làm cho thoả lòng, làm cho tươi mới...

Tôi biến điều này trở thành thói quen mỗi ngày để tạ ơn Chúa về mọi ngày và mọi điều mà Chúa đã làm với tôi và qua tôi. Tôi nhớ và cảm tạ Chúa về mọi điều Ngài làm. Đây là chúc phước cho Chúa, và cũng là cho chính tôi! Bạn sẽ cảm thấy thế nào khi con bạn cảm ơn và trân trọng mọi thứ bạn đã làm cho nó? Có phải điều đó sưởi ấm lòng bạn và khiến bạn càng muốn làm nhiều hơn cho con?

Lời Cuối Từ Độc Giả

Thật khó để nói hết lời chúc phước đã làm thay đổi cuộc đời tôi thế nào. Theo kinh nghiệm của tôi, không ai từ chối khi bạn mở lời chúc phước cho họ – kể cả khi tôi gặp và xin chúc phước cho những người Hồi Giáo. Lời cầu nguyện chúc phước mở ra cánh cửa với một người theo cách thật đơn giản, không gây sợ hãi, và đem vương quốc của Chúa đến trên đời sống họ. Với tôi, biết cách cầu nguyện công bố phước hạnh đã thêm vào hộp công cụ thuộc linh của tôi một thứ mà tôi từng thiếu, và giờ đây tôi biết nó được đặt đúng chỗ... – Sandi

Lời Cuối Từ Tác Giả

Tôi tin điều này đến từ Chúa:

Hỡi những Cơ Đốc Nhân, nếu con biết uy quyền của con trong danh Chúa Giê-xu, con sẽ làm thay đổi thế giới.

ÁP DỤNG

- Nghĩ đến người từng làm bạn tổn thương – hãy tha thứ nếu bạn chưa tha thứ, nhưng quan trọng hơn, hãy chúc phước cho họ.

- Nghĩ đến những cách bạn thường tự rủa sả chính mình. Bạn có thể làm gì để thay đổi điều này?

- Viết xuống lời chúc phước bạn dành cho mình, cho vợ/ chồng mình, con cái mình.

- Gặp một người và công bố lời tiên tri trên họ. Hãy xin Chúa bày tỏ điều gì đó cụ thể, và hãy nói lời khích lệ với họ. Khi mới bắt đầu, hãy nói bao quát như là: "Tôi chúc phước cho anh trong Danh Chúa Giê-xu. Nguyện chương trình và ý định của Chúa được thành tựu và kết quả trên đời sống của anh…" sau đó chờ một chút, thật kiên nhẫn để cảm nhận điều Chúa muốn phán. Nhớ rằng bạn có tâm trí của Đấng Christ. Sau đó hãy đổi vai, hãy để người kia chúc phước và nói tiên tri cho bạn.

- Trong Hội thánh, tổ chức những buổi hiệp lòng chúc phước để truyền giảng hoặc để chữa lành đất đai, cũng có thể chúc phước cho mục vụ bạn đang đảm nhiệm.

LÀM THẾ NÀO ĐỂ TRỞ NÊN MỘT CƠ ĐỐC NHÂN?

Quyển sách nhỏ này dành cho những người đã tiếp nhận Chúa, hay còn gọi là Cơ Đốc Nhân. Cơ Đốc Nhân không đơn giản là người sống tốt, nhưng là người được "tái sanh" bởi Thánh Linh của Chúa, người yêu mến và đi theo Chúa Giê-xu.

Chúng ta có ba phần: linh, hồn, và thân. Linh là phần được dựng nên để biết và tương giao với Chúa, vì Đức Chúa Trời là Thần Linh. Con người được tạo dựng để gần gũi Ngài, Thần Linh Chúa với tâm linh ta. Tuy nhiên, tội lỗi chia cắt chúng ta khỏi Chúa, hậu quả là sự chết phần tâm linh và đánh mất mối tương giao với Ngài.

Ngày nay con người thường chỉ hoạt động theo phần hồn và phần thân. Phần hồn bao gồm tâm trí, ý chí, và cảm xúc. Như vậy, chẳng hề nhạc nhiên khi nhìn thấy thế giới đầy dẫy sự kiêu ngạo, ích kỷ, tham lam, đói kém, chiến tranh, thiếu bình an và thiếu ý nghĩa thật.

Tuy nhiên, Chúa có chương trình để cứu chuộc nhân loại. Đức Chúa Cha đã sai Con Ngài là Chúa Giê-xu, đến thế gian và trở nên con người, Ngài chỉ cho chúng ta biết về Đức Chúa Trời – Ngài phán: *"Nếu các ngươi thấy ta tức là đã thấy Cha."* Và cũng chính Ngài gánh lấy hậu quả của tội lỗi. Chúa Giê-xu chết trên thập tự giá đầy đau đớn, đúng theo chương trình của Đức Chúa Trời từ ban đầu khi tạo dựng thế giới, và đúng đến từng chi tiết đã được nói trước trong Cựu Ước. Ngài chết như vậy để trả giá cho tội lỗi của con người. Sự công chính thiên thượng được thoả mãn.

Sau đó Đức Chúa Trời khiến Chúa Giê-xu sống lại từ cõi chết. Chúa Giê-xu hứa rằng bất cứ ai tin nơi Ngài sẽ vượt khỏi sự chết mà đến sự sống vĩnh cửu, được sống cùng Ngài. Chúa cũng ban Đức Thánh Linh như một sự bảo chứng để chúng ta được biết Ngài và được bước đi cùng Ngài trong suốt những ngày tháng còn lại sống trên đất.

Đó là những lẽ thật trọng tâm về Tin Lành của Chúa

Cứu Thế Giê-xu. Nếu bạn nhận biết và ăn năn tội lỗi của mình, nếu bạn tin rằng Chúa Giê-xu đã gánh thay tội lỗi của bạn trên thập tự giá, và Ngài cũng đã sống lại từ cõi chết, thì sự công bình của Ngài sẽ trở thành của bạn. Chúa sẽ ban Thánh Linh để khiến phần tâm linh của bạn được sống lại – đó là ý nghĩa của sự tái sinh. Bạn bắt đầu được biết và được trò chuyện với Chúa một cách thân mật – đây cũng là lý do từ ban đầu Chúa tạo nên bạn. Khi thân thể này chết đi, Đấng Christ sẽ làm cho bạn được sống lại trong một thân thể vinh hiển, không hư nát. Wow!

Khi còn sống trên đất, Đức Thánh Linh (cũng là Đức Chúa Trời) sẽ hành động trong bạn (để thanh tẩy và khiến bạn trở nên giống Chúa Giê-xu), bạn sẽ trở thành nguồn phước cho nhiều người.

Những ai chọn không tiếp nhận Chúa Giê-xu sẽ phải đối diện với Sự Đoán Xét và hậu quả của tội lỗi. Đừng để điều này xảy đến với bạn.

Đây là lời bạn có thể cầu nguyện. Nếu thật tâm thưa với Chúa những lời này, bạn sẽ được tái sanh.

Lạy Chúa của thiên đàng, con đến với Ngài trong danh Chúa Giê-xu. Con nhận biết mình là người có tội. (Hãy xưng ra tất cả những tội lỗi mà bạn biết mình đã phạm). Con thật sự xin lỗi Ngài vì những tội lỗi này, con đã sống cuộc đời không có Ngài, và giờ đây xin Chúa tha thứ cho con.

Con tin rằng Con Một của Ngài, Chúa Giê-xu, đã đổ huyết quý báu trên thập tự giá và chết vì tội lỗi của con, con quyết định từ bỏ mọi tội lỗi của mình.

Ngài phán trong Kinh Thánh (Rô-ma 10:9) rằng nếu nếu con tuyên bố Chúa Giê-xu là Chúa và tin trong lòng rằng Đức Chúa Trời đã khiến Ngài từ kẻ chết sống lại, thì con được cứu.

Ngay lúc này, con tuyên bố rằng Chúa Giê-xu là Chúa của linh hồn con. Con tin rằng Đức Chúa Trời đã khiến Ngài từ kẻ chết sống lại. Ngay lúc này con tiếp nhận Chúa là Cứu Chúa của con, theo lời Ngài, giờ đây con được cứu. Cảm ơn Chúa vì Ngài yêu con, sẵn sàng chết thế con. Ngài thật tuyệt vời, Chúa Giê-xu ơi, con yêu Ngài.

Xin Thánh Linh Chúa giúp cho con trở thành người mà Chúa đã định cho con từ ban đầu. Xin dẫn dắt con đến với những anh chị em cùng đức tin và Hội thánh mà Ngài chọn, để con được lớn lên trong Ngài.

Con cầu nguyện trong danh Chúa Giê-xu, amen.

Về Tác Giả: Richard Brunton là người đồng sáng lập của công ty Colmar Brunton vào năm 1981, là một trong những công ty nổi tiếng nhất về nghiên cứu thị trường tại New Zealand. Ông nghỉ hưu năm 2014. kể từ đó ông dành thời gian để viết sách, làm diễn giả và thực hiện các mục vụ tại New Zealand và nhiều nơi khác. Ông cũng là tác giả của quyển sách Được *Xức Dầu Cho Công Việc (Anointed for Work)* – quyển sách này là mời gọi để bạn bước vào một thế giới đầy phấn khởi và thoả lòng, khi quyền năng siêu nhiên của Chúa đem đến sự ảnh hưởng trong môi trường công việc.

Cảm ơn bạn vì đã đọc quyển sách nhỏ này.
Tôi rất mong nhận được lời chứng từ bạn,
xin cho tôi biết những lời chúc phước đã
thay đổi cuộc đời bạn và những người
quanh bạn ra sao.
Bạn có thể liên lạc với tôi qua email:
richard.brunton134@gmail.com

www.richardbruntonministries.org

www.ingramcontent.com/pod-product-compliance
Lightning Source LLC
Chambersburg PA
CBHW062053290426
44109CB00027B/2810